முதற்கனா

நா. மணிகண்டன். B.COM.,

aelay
publish

முதற்கனா
கவிதை
ஆசிரியர் : நா.மணிகண்டன் 2022 ©
முதல் பதிப்பு : அக்டோபர் 2022
வெளியீடு : ஏலே பதிப்பகம்
5/175, பாத்திமா நகர், கூத்தென்குழி,
திருநெல்வேலி - 627104
தொடர்புக்கு : +91 9944992571

Mutharkanaa
Poetry

First Edition : October 2022
Pages: 62
ISBN : 978-93-5533-635-4
Aelay Publish
Contact : +91 9944992571
Designed by : Aelay publish team

முன்னுரை

முதற்கனா என்னும் என்னும் இந்நூல் நான் இயற்றிய முதல் கவிதைத் தொகுப்பு ஆகும். என் வாழ்க்கையின் நடந்த, பார்த்த சிலவற்றில் கற்பனைகளை ஏற்றிக்கூறி இயற்றப்பட்டதே இம்-முதற்கனா.

தொடக்கத்தில் நான் இயற்றியது பெரும்பாலும் பொருளற்ற கவிதைகளே. கல்லூரியில் சேர்ந்த பிறகு மீண்டும் எழுதத் தொடங்கினேன். பேராசிரியர்களின் வழிகாட்டுதலும் நண்பர்களின் ஊக்கமும் இருந்ததால் என்னவோ என் கவிகளில் பெரும்பாதி கல்லூரிக் காலத்தையே ஒட்டி நிற்கிறது.

இந்நூலின் சில பக்கங்கள் தங்களையும், தங்களின் கல்லூரிக் காலத்திற்கு அழைத்துச் செல்லும் என்று நம்புகிறேன்.

எனது முதல் கவிதைத் தொகுப்பு நூலான இம்-முதற்கனா நூலில் சொற்குற்றம், பொருள் குற்றம் இருப்பின், பொறுத்தருளி திருத்தியருள வேண்டுகிறேன்.

அன்புடன்,
நா. மணிகண்டன்.

வாழ்த்துரை

வாழ்வெனும் நெடும் பயணம் வெப்பமயமாதலாய் மாறிடும் சூழலில், கந்தகக் கதிர்கள் மனதைத் துளைக்கும் வேளையில், பெருமழை பொழிந்து பூமி நன்னீராடி ஈரமாகும்போது மனம் குளிர்ந்து மகிழ்ச்சி ததும்பும் அம்மழை கவிதை மழையெனில் வெப்பம் விரைந்து ஓடி மறைந்து கொள்ளும். மனம் நந்தவனமாகி நறுமணம் கமழ்ந்து நிறையும்.

கவிதையைக் கொண்டாட, கவிதையோடு பயணிக்க, கவிதையோடு கைகுழுக்கி நட்பு பாராட்ட நறுமணம் கமழும் நல்மனம் வேண்டும். அக்கவிமனம் நிறைந்தவராய் இலக்கியவெளியில் உலா வருகிறார் இளங்கவி மணிகண்டன்.

வார்த்தைகளை மடித்துப்போட்டு எழுதுவதுதான் கவிதை என்பதன் போக்கிற்கு மாறுபட்டு எழுத்துக்களை இயல்பான எதார்த்த நிலைகளில் அபிநயங்களோடு மனங்களின் அடிவேர் வரை பதியும் அளவிற்கு படைத்திருக்கிறார்.

ஆசை, நட்புக்காலம், மழலை, முரண்பாடு, புத்தகங்கள், கைப்பேசி, வானம் பெரிது என பல கவிதைகளால் நிறைந்திருக்கும் இத்தொகுப்பு மணிகண்டன் அவர்களுக்கு புதிய அறிமுகத்தை, அடையாளத்தை வழங்குகிறது. காதல் பற்றிய அவரது தனித்த பார்வை வியப்பூட்டுகிறது.

'நிலமும் நெற்கதிர் பிரசவிக்கும்' என விவசாயம் குறித்த கவிதை வரிகளும், இவ்வுலகம் பெரிது என இளைஞர்களுக்கு வலிகளை மிதித்து வழிகளாக்கும் தன்னம்பிக்கை விதைகளைத் தூவிச்செல்கிறார்.

துடிப்பான மற்றும் தமிழ் மீது பற்று கொண்ட மாணவர். மொழியின் அழகு குறையாது சொற்களின் தோரணங்களால் தன் சிந்தனைகளைக் கவிதையாய் உலாவரச் செய்திருக்கிறார். **'உள்ளத்தில் உண்மை ஒளி உண்டாயின், அது வாக்கினில் உண்டாகும்'** என்பார் பாரதி. மணிகண்டன் அவர்களுக்கு வாக்கினில் மட்டுமல்ல, வார்த்தையிலும் ஒளி உண்டாகி வெளிச்சம் பரப்புகிறது. இன்னும் இன்னும் எழுதி கவிதைகளால் உலகை வெல்லட்டும். காலம் நற்கவிஞர் என அவர் பெயரை சொல்லட்டும். என் இனிய வாழ்த்துக்கள்.!

முனைவர். ம. மைதிலி,
உதவிப் பேராசியர்,
தமிழ்த்துறை,
ஸ்ரீ கிருஷ்ணா ஆதித்யா கலை மற்றும்
அறிவியல் கல்லூரி,
கோயம்புத்தூர்-42.

வாழ்த்துரை

என் அன்பு மாணவர் திரு.மணிகண்டன் அவர்கள், தமிழ் மீது உண்டான ஆர்வத்தால் தனித்துவமாகத் திகழ்ந்தார். கிடைக்கும் வாய்ப்புகள் அனைத்தையும் பயன்படுத்தி தன்னைத்தானே செதுக்கி, சக மாணவர்களுக்கு முன்னுதாரன மாகவும், தனது ஆளுமைத் திறத்தால் தம் இளவல்களுக்கு வழிகாட்டியாகவும் திகழ்ந்தவர்.

முதற்கனா என்று பெயர் கொண்ட இக்கவிதைத் தொகுப்பு நூல், உண்மையில் மணிகண்டன் அவர்களின் இலட்சியத்தின் முதற்கனா. **மழலை** முதல் **புத்தகம்** வரை அவர் இரசித்த அத்தனையும் அழகாக வடித்திருக்கிறார்.

எம்மாணவர், இன்னும் இதுபோல பல கவிதைகளை வடித்து வாகை சூட, எல்லாம் வல்ல இறைவனை வணங்கி, அவரது **முதற்கனா** சிறக்க வாழ்த்துகிறேன்.

பேராசிரியர். ச. ரகுராம்,
வேலைவாய்ப்புத்துறை அதிகாரி,
ஸ்ரீ கிருஷ்ணா ஆதித்யா கலை மற்றும் அறிவியல் கல்லூரி,
கோயம்புத்தூர்-42.

நன்றி

இந்நூலை வெளியிட்டு உதவிய ஏலே பதிப்பகத்தாருக்கும், எனக்கு கலை நல்கிய ஆசிரியர் மற்றும் பேசிராரியர்களுக்கும், ஊக்கப்படுத்திய நண்பர்கள் மற்றும் நல்லுள்ளங்கள் அனைவருக்கும் என் இதயங் கனிந்த நன்றிகள்.

எனக்கு உயிர் கொடுத்த பெற்றோர்க்கும், திறன் நல்கிய தமிழுக்கும் இந்நூல் சமர்ப்பணம்.

பொருளடக்கம்

1. அவள் நினைவலை

புன்னகை பூத்திடும்
பூவிதழ் கண்டதும்
என்னவள் நினைவுகள்
எனக்குள் வந்ததும்
காதல் பிறந்தது
மௌனமாக.....

●

2. ஆசை

எட்டணா சேமிப்பில்
எட்டடுக்கு மாடிகட்டி
ஏழைகள் யாவர்க்கும்
இலவசமாய் வழங்கிடுவேன்...

●

3. கைப்பேசி

மண்ணுலகம் முழுவதும்
மொத்தமாக அடங்கிப்போனது
எனது உள்ளங்கைக்குள்...

●

4. அவள்

பிரம்மனெனும் பெருங்கவி ஒருவன்
கலைமகள் கரம்பற்றி யதெண்ணி
காதலோடு வடித்திட்ட பெண்ணியத்தின்
பெருங்காவியம் எனது காரிகை.

●

5. நட்புக்காலம்

பன்னாள் கழித்து கல்லூரிக்கு
அதிசயமா யென் வருகை
வாயிற்கதவு கேலி செய்கிறது...
வளாகப் பூக்கள் வாழ்த்தளிக்க
தென்றல் தேகந் தீண்ட
நான் கொண்ட நட்புக்காலம்
மெல்லப் பேசியது காதருகில்...
அவள் எனது காரிகை
தோழி யெனவந்த தேவதை..
அவன் எனது அங்கம்..
எதிர்பாராது கிடைத்த நட்பு
ஏதிலியா யிருந்த யென்னை
எழுந்து நடைபோடச் சொன்னது...
போலிகள் போர்த்திய இவ்வுலகில்
எதிர்பார்ப்பு களேதும் இன்றி
இணைந்திருக்கும் உறவுகள் நீங்கள்...
குருதி நின்று நாடி
அடங்கும் வரை என்னுள்ளத்தில்
குடியிருக்கும் நீங்காச் சொந்தங்கள்.

தோழனே....
நம்மை கேலிசெய்த நாட்கள்
நினைவில் குடியேறும்போ தெல்லாம்
நகைக்க மட்டுமே நினைக்கிறது...
கல்லூரி விழா மேடையில்
நாம் செய்த அட்டூழியங்கள்
அளவுகடந்த ஆர்வத்தின் சாட்சியங்கள்..
அவ்வப்போதவை நினைவிற்குள் செல்லுகிறது....
எனது நாட்குறிப்பில் அந்நாளின்றும்
புத்துயிர் பெற்று பூரிக்கிறது...
நீ பெற்ற வெற்றிகளில்
நான் உன்னோடு இருந்தில்லை...
அவையாவும் உன்னக்குச் சொந்தம்
நீ பெற்ற தோல்விகளனைத்தும்
என்னையன்றி யாருக்குச் சொந்தம்...
உனது நட்பு இங்கே
பன்முறை யென்னை பூர்த்தியாக்கிற்று...

தோழியே...
உன்னோடு கதைத்ததை விடவும்
கட்டுச்சோறு களவாடியது அதிகம்..
உன் மடிமீது நானுறங்கவும்
என் தோள்களில் நீயுறங்கவும்
எவர் தரவேண்டும் அனுமதி..
உனையீன்ற நுந்தை அறிவார்
நம் நட்பின் மகத்துவத்தை...
யாரோவென வந்து தோழியாகி
எனக்கு யாதுமாகி நின்றாய்...
ஏனோ விடுமுறை வந்ததும்
தூரம் தாண்டி சென்றிட்டாய்....
கல்லூரி ஆலமரமே...
நான் துயில் கொண்ட
மற்றோர் அன்னை மடியே
உன்னை நான் மறப்பேனோ...
கால்களிடறி நான் வீழ
மண் எனைத் தாங்குமுன்
விழுது நீட்டி எந்தேகத்தை
தாங்கி நிறுத்தியது நீயன்றோ...
மற்றிருவர் உடனின்றி உனைக்காண
நான் தனித்து வந்ததால்
கண்ணீர் விடாது அழுகின்றாயோ...

கண்கள் இமை திறந்தேன்
கருங்குயில் கானத்தில்...

6. மழலை

புரியாமொழி பல பேசும்
பிரபஞ்சத்தின் பேரின்ப அதிசயம்.
பசி வந்தழுகையில் கண்ணிறைந்த
முத்தருவி மண்ணில் விழும்.
புதியது பார்த்து புன்னகைக்க
செக்கச்சிவந்த கீழ்வானம் சிறகடிக்கும்.
தரையில் தத்தி நடக்குமழகில்
தங்கரதம் அசைந்தாடி அகங்குளிரும்.
வாஞ்சையாக வார்த்தைகளை வார்த்தெடுத்து
பெற்றவளை பெயர்வைத்து அழைத்து
பெண்மையின் இலக்கணத்தை பூர்த்தியாக்கும்.

●

7. தேநீருக்காக

பன்னெடுந் தூரம் பறக்குமாசையில்
எந்திரக் குதிரையையெட் டியுதைத்தேன்
பாசக்காரன் பற்றிய ணைத்திட்டான்.
சாலையில் இறங்கிப் பறந்தோம்..
ஒருவழிப் பாதையிலொய் யாரப்பயணம்
இடைமறித்த பெருங் கூட்டத்தை
இருமாப்போடு தாண்டி வென்றேன்..
மரண வளைவுகள் யாவிலும்
மண்மகளுக்கு முத்தமிட்டு பரிசளித்தேன்..
இளம்பணியும் இளங்குளிரும் இடைமறிக்க
தனிமைத் தீயைப் பற்றி
தாண்டிச் சென்றுகுளிர் காய்ந்தேன்..
விசரனென்று வசைபாடிய வேடிக்கையர்கள்
கேள்விக்கனை பல தொடுக்க
வந்தது இதற்காக வென்றேன்
குவளைத் தேநீரைக் காட்டி.....

●

8.மையல்

காரிருள் ஆழ்த்தும் கலகத்தில்
மேகங்கள் பொழிந்த பன்னீரில்
கனப்பொழுதில் காரிகை வந்தாள்...
கருநீலப் பொட்டிட்ட விழிகள்
செந்தாமரைச் சாயல் செவ்விதழ்
மானிடம் மயக்கும் மையல்
மங்கையெனப் படைத்திட்ட மாயவள்...
மாறனின் மலர்க் கணைகளை
வெல்லத் துடித்த யென்னை
வெற்றுப் புன்னகையில் வீழ்த்திட்டாள்....
மெல்லத் தீண்டிய தென்றலால்
மையல் கொண்டேன் அவளிடம்....

9. காதல் கிறுக்கல்

நான்முகன் தீட்டிய நல்லோவியம்
புவியில் நடமாடக் கண்டேன்...
வானத்துக் கதிரவன் கதறுகிறான்!
அவளைக்காண விழிகள் போதவில்லையாம்!!
மறுபுறம் வெண்பனி ஆடைபோர்த்த
இந்திரலோக அரம்பையை விஞ்சிய
பேரழகு!!!!!!
அவளைக் கண்டதும் தூரத்தில்
மறைந்து கொண்ட வெண்ணிலவை
மீட்டுவர பரித்தேரேறி புறப்பட்டேன்....
என்னவள் விழிகள் கட்டளையிட்டதால்....

●

10. அவளுக்கோர் கவி வடிக்க

தங்கச்சிலையென மின்னுந் தாரிகை
மாயமங்கையென வந்த தேவதை
வசந்தம்போ லொருவாய வள்மொழிய
புள்ளினமென எம்மனஞ் சிறகடிக்க
ஏதுமறியா ஏதிலி நானாக
அவள்மீ துண்டான மையலால்
கவிவடிக்கப் பாவொன்று தேடி
கட்டுக்கட்டாய் காகிதந் தொடுத்து
கார்முகில் வண்ணக்கவி படைத்தேன்...
வர்ணனைகள் போதவில்லை வஞ்சியவள்
கண்ணுக்கும் கன்னக் குழிகட்கும்...
கவிவேந்தன் கம்பன் கொண்ட
கல்லறைத்துயில் கலைக்க வேண்டும்போல
இவளுக்கென்றொர் கவி வடிக்க.

●

11. யாரறிவார்

காதலும் ஒரு களவுதான்....
எதிர்பாராது உள்ளங்களை களவாடுவதால்....
பன்முறை என்னுள்ளங் களவுபோனது...
காரணம் அவளின்றி யாரோ...
அவ்வப்போது அருகு செல்வேன்...
சொல்லாயெங் காதலைச் சொல்லிடலாமென....
நடுக்கம் வந்தே தடுத்ததோ...
இல்லையவள் நம்பிக்கை தடுத்ததோ...
கடைக்கண் பார்வையோடே நகர்ந்திடுவேன்...
அவளைக் காணுங் காதலில்
நான் தவறவிட்ட பேருந்துகள்
நான் தனித்து நடக்கையில்
என்னை வசைபாடிச் செல்கின்றன...
நண்பன் மட்டுமே வழித்துணைக்கு...
நான் அவளைப் பார்க்கையில்
அவளோ என்னைப் பாராள்
அவள் என்னைப் பார்க்கையில்
நானோ அவளைப் பாரேன்...
அருகருகிருந்தும் கண்ணாமூச்சி விளையாட்டு...
அவள் தேகந்தீண்டிய தென்றல்
தாங்கி வந்து சேதிகூறும்...
கல்லூரிக் காலத்தின் இறுதினாளோடு
அவள் கடைக்கண் பார்வையை
தொலைத்திட்டு விடைகொண்டு சென்றேன்.....
மீண்டும் அக்காதல் மீளுமாயென்பது
தூதுவனாக வந்த தென்றல்ஒன்று
மட்டுமே அறிந்த சேதி....

12. மாயக்கோல்

அது ஒரு மாயக்கோல்..
வாளுடை வேந்தனையும் வெல்லும்
யாருமறியா சேதிபல சொல்லும்...
மங்கையிடம் மையல் கொள்ளும்
கவியிடையே மையம் கொள்ளும்..
படைக்க நினைப்போனை கம்பனாக்கும்
கொடுக்க நினைப்போனை வள்ளலாக்கும்...
நான் சொல்ல நினைப்பதை
எனக்கு முன்னமே உடைத்துவிடும்...
முந்திக்கொண்டு யாவும் செய்வதால்
மூடனென்று சொல்லக் கூடாது..
அறிவிலியை கவியில் முடிவிலியாக்கி
யாவரையும் தன்பால் ஆட்டுவிக்கும்...
பின்னாலிருப்பதை முன்னா லுரைக்கும்
அது ஓர் மாயக்கோல்
நானோர் மாயாவி...

●

13. நடுநிசியில்...

நடுநிசியில் நாய்களோடு அமர்ந்திருக்கிறேன்
நான்கு வழிச்சாலையில் பேருந்திற்காக....
உணவுக்காக ஒன்றையொன்று பிராண்டுகின்றன
இவைகளிடமும் சுரண்டல் புகுந்துவிட்டது...
தனியாயிருப்பதால் எனைக்கண்டு உறுமுகின்றன
ஊளையிட்டு ஊரைக் கூட்டுகின்றன....
மறுபுறமும் நாய்களே வந்தது
பேருந்து மட்டும் வந்தபாடில்லை....
நிறுத்தத்தின் தூணுக்குப் பின்னால்
இருளோடு ஒன்றியிருந்த குட்டியொன்று
பையிலிருந்து நொறுக்குத்தீனி எடுத்ததும்
பங்கிற்காக அருகில் வந்தமர்ந்தது...
உண்ட மயக்கத்தில் சென்று
பெரிய நாய்களை வம்பிழுக்கிறது...
ஓடிவந்து என்பின்னே மறைகிறது
கல்லெறிந்து காப்பாற்றியே சோர்ந்துவிட்டேன்...
நாய்களோடு பேச ஆரம்பித்தேன்
ஆச்சரியம்! அவை பதிலளிக்கிறது...
நடுநிசி நாய்களோடு நகர்ந்தது
நடுநிசி இருளின் தனிமை....
இரவின் மௌனத்தில் அவை
என்னையும் சேர்த்துக் கொண்டன..

நடுநிசி நகர்ந்து வைகறையானது
பேருந்து வந்ததும் புறப்பட்டேன்...
அவைகளை எழுப்ப மனமில்லை
அவை நிம்மதியாக உறங்கட்டும்...
நடுநிசி நாய்களே முடிந்தால்
நாளை மீண்டும் சந்திப்போம்....

●

14. ஆடவர் பொய்யுரை

கோலமயில் தோகை தனில்
செதுக்கி வைத்த கூந்தலதில்
செவ்வந்திப் பூச்சூடிய செம்பருத்திப்
பூவிழியாள் செங்கமலத் தேவியவள்
செந்தூரச் செவ்விதழ் வருத்துமெனில்
செம்பரி தனிலேறி வேலெடுத்து
வெய்யோனை வென்று வதைத்திடுவேன்....

●

15. முரண்பாடு

நானிசைக்கும் செஞ்சம்
அவளிசைக்கையில் மட்டும்
கண்ணீரின்றி களியாடக்
காரணம் யாதோ...

●

16. வானம் பெரிது

கடிவாளம் கட்டிய மனதோடு
சாதிக்கப் போவ தென்ன
சற்று நின்று சிந்திப்போம்
இந்த உலகம் பெரிது
அதுகொண்ட வானம் பெரிது
உங்கள் சிறகுகள் பெரிது
சிறகசைத்துப் பறந்து செல்லுங்கள்
எவரும் தொட்டிடாத உயரத்திற்கு
சிந்தனை எப்போதும் இருக்கட்டும்
என்றது ஓடாமல் நிற்கிறதோ
அன்று நீங்கள் நின்றுவிடுவீர்கள்
வாழ்வு அதன்போக்கில் சென்றிட்டால்
உந்தன் அடையாளம் தானென்ன
மனத்திற்குக் கட்டளை இடுங்கள்
இவ்வுலகையது சுதந்திரமாக சுற்றட்டும்.

●

17. வேணாட்டுப் பெண்

அந்தகார அழகில் வடித்த
கார்மேகக் கருங்கூந்தல்...
பிறைசூடன் பிறை போன்று
செதுக்கிய நெற்றியதில்
இருந்தும் இல்லாமலும் சிறிதாய்
ஒளிரும் செந்தூரம்
மல்லிகைப் பூச்செண்டுக்கு மத்தியில்
மிளிரும் மூக்குத்தி
தோடேறிய செவிகளை தேன்மதுரமென
மொய்க்கும் வண்டினம்...
இதழ்மேல் மையிட்ட பெண்ணவள்
மைவிழியால் எனும்
பெயர் கொண்ட என்னவள்....

18. களவுக்காதல்

பொற்சிலை நீயோ
கள்வன் நானோ
களவாடும் நாற்குறித்து
தூதொன்று அனுப்பிட
வெண்பரி மீதேறி
சம்பல் அரசனாக
உன்னைக் கவர்வேன்...

●

19. கோலங்கள்

பறித்து வைத்த மருதாணி
வெட்கிச் சிவந்திட்டது...
என்னவள் மலர்க் கரந்தனில்
கோலமாக சேர்ந்ததும்...

20. மகளுக்கு ஒரு தாலாட்டு

காரிகையே நீ கண்ணுறங்க
முகிலினத் தொட்டில் கட்டிடுவேன்.
கார்குழல் மேனியது வருந்துமெனில்
சூரியனை சிறை பிடிப்பேன்
விழிகள் ஆசையில் ஆணையிட்டால்
நொடியினில் நிலவையும் பிடித்திடுவேன்
உன் வாய்மொழி வழியென்
தாய்மொழி கேட்கவே வாழ்ந்திடுவேன்
விடைகொண்டு நான் செல்கையில்
என்தாயை உனக்குள் கண்டு
எனைமறந்து உன்னைக் கைதொழுவேன்..

●

21. சிறைவாசம்

உன் கூந்தலில்
வீழ்ந்த கயலென...
சிக்கித் தவிக்கிறேன்
நித்தந் தவிப்பில்...
நித்திரை தொலைத்தேன்
விடுதலை என்றோ...
வாய்மொழி கூறடி
வாழ்வில் மீள...

●

22. பள்ளிக்கூடம்

எண்ணெயிட்டு ஒருபுறமாய்
வாரிய தலைமுடி
மஞ்சப்பை கறபலகை
சுண்ணக்கட்டி பலப்பம்
மடிப்பு கலையாத
வெள்ளைச் சீருடை
நான் விழித்திரு(ற)ந்து
கண்ட முதற்கனா...

●

23. பெண்மையை மீட்டவள்

அன்றுதான் என்னில்
அவள் பிரவேசித்தாள்..
வறண்ட வாழ்விற்கு
வரமென வந்தாள்..
அவள் கிறுக்கிய
கரிக்கோல் தடங்கள்
என் வீட்டுச்சுவரில்
கம்பனாய் மிளிரும்...
என்சிறு தேவதை
உண்டு சிந்திய
அன்னம் உண்ணத்தான்
பலயுகங் காத்திருந்தேன்...
சப்பானியிட்டு நடந்தவள்
தத்தித்தத்தி நடக்கையிலே
விழுந்திடுவாளோ என்றஞ்சியே
நான் விழுந்ததகிகம்...
மணநாளன்று எம்மகள்
பட்டாடையில் மிளிர
எனையீன்றவள் சாயல்...

●

24. பகல் நிலவு

உன்னிடம் சொல்ல வந்த ஒன்றை
சொல்லாமற் செல்ல விழைந்தேன்...
கண்கள் பார்த்து சொல்ல முடியாமற்
நான் தவித்திருந்த நாட்களெல்லாம்...
நிறைசூழி வயிற்றில் வலியான நாட்களேவாம்!
தவிக்கிறேன் நித்தம் வலியோடு...
என் இதயத்தின் நிறைமாதத் தென்றலுக்கு
சுமையில்லா சுகப்பிரசவம் எப்போதோ?...

●

25. ஆண் தேவதை

தேவதைகளுக்கு சிறகுகள் இருக்குமாம்
நான் பார்த்த தேவதைக்கு
சிறகுகள் இருந்ததில்லை மாறாக
முறுக்கு மீசை இருக்கும்...
காக்கிச் சட்டை உடுத்தி
கோடுபோட்ட வேட்டி கட்டி
நெற்றியிலே திருநீறும் மத்தியிலே
குங்குமமும் கச்சிதாக பொருந்தியிருக்கும்...
நாள் முழுக்க உழைத்தால்
கால்வாசி காசு கிடைக்கும்...
எளியோர் எவரேனும் கேட்டுவிடின்
தானும் எளியோனே என்பது
மறந்து கர்ணன் போல
வாரிக் கொடுத்திடும் அத்தேவதை...
நானேதும் வேண்டும் என்றால்
சட்டைப்பையை தொட்டுப் பார்த்து
நாளை தருகிறேனென என்னை
ஆற்றுப்படுத்தி அழவிடாத தேவதையை
அம்மா வியப்பாய் பார்ப்பாள்...
அத்தேவதையே எனது வேந்தன்
எனையாளும் அவ் வேந்தருக்கு
அப்பா என்று பெயர்...

●

26. ஏதிலி

மைல்களுக்கு அப்பால் வேலை
ஞாயிறு ஒருநாள் விடுமுறை...
வீட்டுக்கு செல்வேன் வேகமாக...
ஒருகை அரிசி வடிச்சு
கொத்தமல்லி கிள்ளிப் போட்டு
சுடுசோறும் கருவாடும் எங்கம்மா
ஆக்கி வைச்ச குழம்பும்
எட்டுத்தெரு தாண்டி மணக்கும்...
பேருந்து வரும்போதே என்
நாக்குல நீர் சுரக்கும்...
வயிறார நான் உண்ண
மனசும் சேர்ந்து ஆறும்...
அம்மா மடியிலே படுத்துகிட்டு
அப்பா சொல்லும் பழங்கதை
கேட்டு நான் சிரிப்பேன்...
எட்டு மணி அடிச்சா
எழுந்து வேகமாக புறப்படுவேன்...
இராத்திரி இரயில் போகையிலே
நெஞ்சுக்குழி ஏனோ கூச்சலிடும்...
அடுத்த ஞாயிறு வருவதற்கு
ஆறுநாள் இன்னும் பாக்கியிருக்கு...

●

27. வேலைவாய்ப்பு அதிகாரி

எல்லா கல்லூரிகளிலும் அப்படியோரு
அதிகாரி நிச்சயம் இருப்பார்...
எங்கள் கல்லூரியிலும் தான்...
ஆனால் அவர் மாறுபட்டவர்...
எந்நேரமும் அவரைச் சுற்றி
மாணவர் கூட்டம் திரண்டிருக்கும்
அதிகாரி என்பதற்காக அல்ல...
அதையும் தாண்டி என்பதற்காக...
வேலைப்பளு எவ்வளவு இருப்பினும்
மாணவர்களைக் கண்டுவிடின் புன்சிரிப்போடு
வேலைகளுக்கு விடுமுறை கொடுக்கும்
பாசாக்காரப் பேராசிரியர் அவர்...
என்றுமே அவர் எங்களின்
முடிசூடா மன்னன்...

28. சொல்ல மறந்த கதை

கல்லூரித் தேர்வுகள் பெருமழைபோல்
ஆர்பரித்து முடிந்தது...
அன்றுதான் அவர்களைப் பார்ப்பது
கடைசி முறை...
அவளைப் பார்ப்பதும் அன்று
அவ்வாறே இருந்தது...
என் விழிகளில் நீர்
கசியச் செய்தாள்...
என் இதயங் கவர்ந்த
அந்தக் கன்னிப்பெண்...
வேணாட்டுத் தமிழ் பேசும்
வெகுளி குமரிப்பெண்...
இம்முறையாவது சொல்லிவிட லாமென
அருகு சென்றிட்டேன்...
அந்த ஓரப்பார்வை என்னை
உரையச் செய்ய...
அவள் பொன்னிதழ் தொடுத்த
மாயப் புன்னகை...
என்னை சொல்லவிடாமற் தடுத்ததும்
மௌனம் ஆட்கொண்டது...
மானசீகமாய் ஐவிரல் கோர்த்து
அவளை இழுத்தேன்...
மனதை அறிந்துவிட்டவள் போல
அருகு வந்தாள்...
நடப்போமா என்றவள் கேள்விக்கு
மௌனத்தினூடே பதிலளித்தேன்...
நான் கொண்ட மௌனம்

அவளுக்கு புதிதே...
தவிர அதன் பொருளல்ல
பார்த்தேன் நடந்தாள்...
அந்த அரசுப்பேருந்து எப்போதும்
தாமதமாகவே வரும்...
அதற்கு என்ன தீங்கிழைத்தேனோ
அன்று அதிசயமாக...
நேரந்தவறாது வந்து எனது
வசைகளை வாங்கியது...
புறப்பட்டு செல்லப் போவது
பேருந்து மட்டுமல்ல...
நெடுந்தூரம் நான் சுமந்து
வந்தயென் காதலுந்தான்...
வேண்டுமென்றே அவள் சன்னலோரம்
வந்து அமர்ந்தாள்...
ஒருகனம் ஓரமாக என்னை
எட்டிப் பார்த்து
அவள் விடைபெற்ற நேரம்
விழியெனும் அணைகளை
உடைத்தெறிந்து விழிநீர் வெள்ளமென
பெருக்கெடுத்து ஓடியது...
பேருந்தில் செல்வது முதலும்
முடிவுமான எங்காதல்...
பத்துத் தலையுடையோனாய் நான்
கொண்ட காவியம்...
நான் வழியனுப்பி வைத்தது
அவளை மட்டுமல்ல...
அவள்மீது நான் கொண்ட
காதலையுந் தான்...

●

29. காதலியும் குவளைத் தேநீரும்

அடைமழை அழகிய சாரல்
நனையா காதல் குடையின்றி
சாரலில் நனைந்த நாங்கள்...
தேநீர் விடுதியின் கூட்டத்தில்
பத்தோடு பதினொன்று ஆனோம்...
மழையில் நனைந்த அவளின்
நனையாக் கைக்குட்டையின் இரகசியம்...
நனைந்த என் தலையை
அவள் அதைக் கொண்டு
துவட்டுகையில் அறிந்து கொண்டேன்...
அவள் அருகில் இருந்தும்
அடம்பிடித்தேன் குவளைத் தேநீருக்காக...
தலையில் குட்டு வைத்தாள்
கன்னத்தில் முத்தம் வைத்தாள்...
அவி பறக்க குவளையில்
அசைந்தாடும் பொன்னிறத் தேநீர்...
கைகள் அணைத்துப் பிடித்தது
குவளைத் தேநீரையும் அவளையும்...
இதழ்கள் தேநீரை ருசித்திடினும்
விழிகள் அவளையே இரசித்தது...
சற்றே நிமிர்ந்து பார்த்தேன்
தேவதை முறைத்துப் பார்த்தாள்...

வெகுநேரம் அவள் வசைபாடியும்
விசரனாக நான் சிரித்தேன்...
அவளுக்கு சற்று வருத்தந்தான்
நான் கொண்ட காதல்
அவள்மீதா இல்லை அந்தக்
குவளைத் தேநீர் மீதாஎன...
அவளிடம் சொல்ல முடியுமா
இருவரும் என் காதலிகளென...
என் தேவதையும் தேநீரும்
நானறியா மானசீக சக்களத்திகள்...

●

30. அவள் என் பாடுபொருள்

இரட்டைக் கிளவிகள் இணைந்து
இரட்டுறமொழிந்த ஒற்றைக் கவிதை...
என் இதயத்தின் இனமிகல்
எங்காதலுக்கு ஓர் ஆகுபெயர்...
எதுகை மோனை எடுத்து
எழிலுற வடிக்க முற்பட்டேன்...
முயன்றும் முடியாத மூடனானேன்...
இவ்வுடல்மேல் என்னுயிர் வந்தொன்றாது
அவளை இயற்ற உருவகந்தேடி
அகிலமெலாம் அயராது திரிந்தும்
எழுத இயலவில்லை என்னால்...
உவமையில்லா உவமேயம் அவள்
உவம உருபாய் எனை
இணைக்கப் பார்த்து இயலாமல்
காதலை இணைத்தேன் அவளோடு...
காதற்கவியாய் இருப்பினும் அவள்
எங்கற்பனைக்கு அப்பாற்பட்ட கவியாதலால்
எழுதுகோல் எழுதத் திணறுகிறது...
காற்றோசையில் கலந்தாடி வரும்
அவள் காற்சிலம் போசையும்
கைவளை ஓசையும் காதோரம்
கன்னத்தை முத்தமிடும் தோடோசையும்...
அந்தப் பொருளில்லா பேரிரைச்சலிலும்
தெளிவாகக் கேட்டது எனக்கு...

அடுக்குத்தொடர் போல் அடியடியாய்
காலடியோசை நெருங்கி வர
மெல்ல நகர்ந்து போனேன்...
என்னுயிர் மெல்ல அருகுவர
காதல் சொல்ல வந்த
குரல் மெய்விட்டு ஓடக்கண்டேன்...
பயந்தேன் வியந்தேன் வியர்த்தேன்
எப்படியோ நிலைத்து விட்டேன்...
அவளே கேட்டால் எனை
அப்படியென்னதான் எழுதுகிறாய் என்று...
எழுதுவது உன்னைத்தான் என்று
சொல்ல ஆசை இருப்பினும்
சொல்லாமல் மறைக்கவே முற்பட்டேன்...
சுவரில்லாச் சித்திரமாய் காற்றலையில்
எழுதுவது என்னவோ அவளைத்தான்
எனினும் எனையன்றி யாருக்கும்
ஒற்றை வரிகூடத் தெரியாது...
என் கவிதையையும் சேர்த்து...

●

31. சொல்லாக் காதல்

தோடுடைய உன் செவியோரம்
என் காதல் சொல்ல
ஒருநொடி போதும் என்றேன்...
அப்போது எனக்குப் புலப்படவில்ல...
என் வேல்விழியால் தொடுக்கும்
ஓராயிரம் பொருள் கொண்ட
ஓரவிழிப் பார்வை தன்னில்
அகப்பட்ட எனக்கு அந்நொடி
யுகம் பலவாகும் என்பதை
மறந்து சொல்ல முற்பட்டேனென்று...
அருகே சென்று நின்றதும்
அவள் செந்தூரம் சிந்திய
புன்னகையில் போரிட்டு வீழ்ந்தேன்...
என் காதல் சொல்ல
வழியுண்டா என் கண்ணகியின்
காற் சிலம்பின் முன்...

●

32. அவளும் நானும்

பாவையின் விழிகள்
பேசிடும் மொழிகள்
புரிந்துவிடின் அதன்
பொருள் தெரிந்துவிடின்
பெருங்கவி படைப்பேன்
பெண்ணொருத்திக் கென்பது
காதலுக்காகவும் காதலிக்காகவும்
பொய்யுரைப்போர் வாக்கு...

இவ்விதிக்கு என்றுமே
நாங்களிருவரும் விதிவிலக்கு...
என் விழிகள்
கதைத்திடு மொழிகள்
நன்கறிந்தவள் அவள்...
நானும் அவ்விதமே...
கோப்பைக் குளம்பியில்
காதல் வளர்த்திடும்
பெருங்கலையின் பக்குவம்
அறிந்தவன் யானெனினும்...
தேநீரால் முற்றிடும்
சாமர்த்தியசாலி அவள்...
இருவருக்கும் இதுவே
அன்றாடப் பொழுதுபோக்கு...

வர்ணப் பொன்னிதழ்
கோப்பையில் ததும்பும்
தேநீருக்கு முத்தமிடுகையில்
அகம்வாடி முகங்கோணி
நான் ஆதங்கப்படுவது
அவளையுட்பட அங்கிருப்போருக்கும்
அப்பட்டமாகத் தெரியும்...
தெரியாதவளாய் நடிப்பாள்
யாதுமறிந்த இராட்சசி...
அவளின் வர்ணமிட்ட
இதழின் வர்ணங்கலைத்து
அவ்விதழழகின் இரகசியம்
அறிந்தெழுத விழைந்தேன்...
நெற்றி மேலாடும்
ஒற்றை முடிவிலக்கி
எந்நெற்றியில் முத்திரையிட்டால்
முத்தங்கள் கொண்டு...
நொடியினில் யாதும்
மறந்தவனானேன் துறந்தவனல்ல...
அவள் கால்கொலுசும்
என் கைக்கடிகாரமும்
நிகழ்காலத் திற்கெனை
அறைந்து இழுத்ததில்
என்னவொரு ஆனந்தம்
அவ்விரு தொல்லைகளுக்கு...

அதிசயத்திலும் அதிசயம்
எத்தனையோ முறைகள்
அவளிடம் முறையிட்டும்
வாகனத்தில் என்னோடு
வரமறுத்த வஞ்சிக்கொடி...
அடம்பிடித்தாள் இன்று
அழைத்துப் போகச்சொல்லி...
வேண்டுவரம் கிடைத்தபின்
வேறென்ன வேண்டும்...
படையுடை வேந்தரை
நொடியினில் வீழ்த்திய
வல்லவன் போல
எந்திரக் குதிரையை
சாலையில் செலுத்தினேன்...
எனைப் பொருத்தமட்டில் – அதுயென்
நளத்தமயந்தி நகர்வலம்...
வாகன நெரிசலிலும்
தேகமுரசாத மார்பறியாத
மகத்துவக் காதல்...
நாங்கள் கொண்டது
அவளும் நானுமறிந்த
ஒப்பில்லா ஒப்பந்தம்...

●

33. காதற்பிழை

கல்லூரியில் மூன்றாமாண்டு துவங்கியும்
வகுப்பறை செல்லாத மாணவன்
யாரெனக் கேட்பின் யாவரும்
சொல்லும் பெயர் பெரும்பாலும்
என்னுடைய தாகவேதான் இருந்தது...
மைதானம் சலித்தால் கலையரங்கம்
நூலகம் விடுத்தால் தமிழ்த்துறை...
விசரன் போல ஆனந்தம்
வேடிக்கையான தோழமை கூட்டம்...
வீடுசெல்ல மறுப்போருக்குப் பொதுவானது
அந்த வாகன நிறுத்தம்...
கல்லூரி முதல்வர் முதல்
கடைக்கோடி ஊழியர் வரை
யாவருக்கும் தெரிந்தவன் ஆதலால்,
கண்காணிப்பிற்கு பஞ்சமே இருக்காது...
எல்லாம் நன்றாகவே இருந்தது...
அந்நாள் வந்து அவளை
மீண்டும் காணும் வரை...
வேண்டாமென யான் விலகிடினும்
மனக்குரங்கு விடுவதா யில்லை...
நான் அனுமதி தருமுன்
என் கால்கள் தானாகவே
அவள் சென்ற பாதைதேடி
அவளைப் பின்தொடர்ந்து சென்றது...

எனையுட்பட அனைவருக்கும் வியப்பு!
நான் அடைந்த அவ்விடம்
நெடுங்காலமாய் என் வரவை
வேண்டிய வகுப்பறை என்பதால்...
அனைவரும் உறைந்தே போயினர்
எனையும் அவளையும் தவிர...
மேம்பட்ட அந்த வகுப்பறையிலும்
நான் மெய்மறந்து எழுதியது
அவள் ஒருத்தியை மட்டுந்தான்...
நண்பனோடு பேசுகையில் கண்ணாடியில்
தெரியும் அவள் பிம்பத்திற்காகவே
பொருளற்ற பேச்சுகளை நெடுநேரம்
அவனோடு பேசியது உண்டு...
திட்டவகுப்பில் தீட்டிய திட்டமெல்லாம்
பெரும்பாலும் அவளைக் காண்பதற்கே...
நூலகத்தில் அவளோடு நானிருந்த
நாட்களெல்லாம் எனது எழுதுகோல்
பாடும் பொருளின் புதையல்கள்...
என்றோ ஒருநாள் இருவரும்
ஒரேநிற ஆடையில் வந்துவிட்டோம்...
இல்லாததை சொல்லும் பொல்லாத
நண்பர்களை சொல்லவா வேண்டும்...
பொத்திப் பொத்தி வைத்த
என் இரகசியங்கள் வெறும்
பத்து நொடியில் பரவியது...

மறைத்தேன் முறைத்தேன் ஓர்வழியாய்
காட்டுத்தீயை எப்படியோ அணைத்திட்டேன்...
உலகத்தோடு உருண்டோடிய நாட்கள்
அதன் போக்கில் செல்ல
பிரிவிற்கான அந்த நாள்
விமரிசையாக அரங்கேறி அகமகிழ்ந்தது...
அப்போதுதான் தூரத்தில் மலரொன்று
மலர்ந்து வருவது கண்டேன்...
ஆளுயர செங்காந்தள் பட்டுடுத்தி
என்முன் நின்று உதிர்த்த
அச்சின்னஞ் சிறு சிரிப்புதனில்
என்னிதயம் சுக்குநூறாய் கிழிந்தது
எனையன்றி யார் அறிவார்...
அவளது கன்னக் குழிதனில்
விழுந்த என் பிழைதனை
திருத்திய தேவதை சிறுதூரம்
கைகோர்த்து என்னோடு நடந்தாள்...
என் காதலின் சாரல்
ஒருபோதும் அவள்மேல் தூறியதில்லை...
எனினும் யான்இனி யாரையும்
காதல் கொள்வதா யில்லை...

●

34. தனிமைக் காதலன்

ஆம், நான் காதலிக்கிறேன்...
எனை விரும்பும் ஒருத்தியை...
யாருமில்லா சாலையோரம் அவள்
என்னைப் பற்றி நடப்பாள்...
காதோரம் கட்டுக்கதை கிசுகிசுப்பாள்...
கண்டுகொள்ளா விட்டால் அமைதியாவளே
தவிர்த்து போலியாக இருக்கமாட்டாள்...
அவளை மட்டுமே நேசித்தேன்
மனத்தில் நிறுத்தி சுவாசித்தேன்...
பகுதிநேர புலவன் எனை
முழுநேரப் பித்தன் ஆக்கியவள்...
எனையன்றி யாருக்கும் புலப்படமாட்டாள்...
ஐயந் தோன்றின் தெளிந்திடுங்கள்
அவள் பெயர் தனிமை...

●

35. அந்நாள் எந்நாளோ...

தனியொரு அன்றிலாக
நானும் தவித்திருக்க...
உன்னோடு சேர
நாட்கள் பார்த்திருக்க...
மரகதப்புறா தாங்கிவந்து
சொன்ன சேதியில்...
மார்கழியில் மாலைசூடி
இருவரும் கொண்ட
தனிமைச்சிறை விடுத்து
சேரும் நாள்தான்
புத்துலகெங்கும் புன்னகை
பிறக்கும் நன்னாளோ!...

●

36. ஆசைப்போர்

சாலையோரம் நடைபயிலும் பொழுதெல்லாம்
அவ்வப்போது ஆசைகள் தோன்றுவதுண்டு...
நீலக்கடலில் இறங்கி எட்டாதூரம்
நீந்திச்சென்று நீலத் திமிங்கலத்தோடு
இசைபாடி கதைக்க ஆசை...
எந்திரக் குதிரையில் ஏறி
இமயந்தொட்டு முக்கூடற் குமரியில்
வெய்யோனை வழியனுப்ப ஆசை...
புரியாமொழி பேசும் மனிதரோடும்
புதுமொழி பேசும் இயற்கையோடும்
கட்டிப்புரண்டு அரவணைக்க ஆசை...
எனக்கெனப் பிறந்தவள் எவளோ
அவளோடு காதல் கொண்டு
கரம்பிடித்து காலங்கடக்க ஆசை...
நிறமாறும் மனிதரை அகன்று
பரதேசம் சுற்றி பண்பாடி
நினைவுகள் சேர்க்க ஆசை...
ஆசைகள் அத்தனையும் நிறைவேற்றவே
போராட்டங்கள் அத்தனையும் அரங்கேற்றினேன்...
ஆனால் எப்போதும் நானே
வெல்ல வேண்டுவது அவசியமல்லவே...

●

37. கற்பனை மொழி

முகிலுடன் விளித்திடும்
வண்ணக் கருங்கூந்தலும்...
பாவையவள் தொடுத்திடும்
ஓரவிழிச் சேதியும்
ஏதிலி எனைக்கூட
எழுத்தாளச் செய்யுதே...

●

38. விவசாயம்

உழவரின் செங்குருதி உருகி
வியர்வை யென்ற வெள்ளித்துளி
இம்மன்னில் வீழ நித்தம்
நிலமும் நெற்கதிர் பிரசவிக்கும்...

●

39. தொலைதூர நட்பு

அன்புத் தோழிக்கு,
கல்லூரி முடிவினில் பரிசாக
கவியொன்று தருவதாய் வாக்களித்தேன்...
ஏனோ கவிபடைக்க அமர்கையில்
பிறகு எழுதலாமெனக் காரணமில்லாச்
சோம்பல் எனைப் பற்றுகிறது...
இன்றைய நாள் எவருக்கும்
நேற்றைப் போன்றே பொருளற்றது
எனினும் எனக்குப் புதிது...
காரணம் மூவரும் அறிவோம்...
உன்னை முதன்முதலாக பார்த்தபோது
மேதையென நினைத்தேன் பிறகே
புரிந்தது அது தவறென்று...
நான் எள்ளி நகையாட
எங்கிருந்தோ தோழியென வந்தாய்...
மறத்துப்போன என் மனிதத்திற்கு
புத்துயிர் தந்து எங்கோ
தூரதேசம் தேடிச் சென்றுவிட்டாய்...
இளங்கலையின் இறுதியில் கூட
இருவரும் சந்திக்க மறந்திட்டோம்...
இனி சந்திப்பு என்பது
நம்மைப் பொறுத்தவரை புதிரானது...
முடிந்தவற்றை சொல்லி அழ
யாருக்கு என்ன பயன்...

பார்ப்பதும் பழகியபின் பிரிவதும்
கல்லூரிக்கே உண்டான அழகு...
இதுவரை நட்போடு இருந்தோம்
இனியும் அவ்வாறே இருப்போம்...
வாய்ப்புகள் இருந்தால் இருவரும்
மீண்டும் சந்திப்போம்...

40. உயிரான தோழனுக்கு

இந்தக் கல்லூரிக் காலம்
எப்படிப் போனதென்றே தெரியவில்லை...
கண்ணிமைக்கும் நேரத்தில் ஒரு
பெரும் சகாப்தமே நிறைவுற்றது...
உனக்கு எழுத நினைக்கும்போது
சில அழகிய தருணங்கள்
கண்களை நனையச் செய்திட்டது...
உன்னை சந்தித்த முதல்நாள்
இன்னமும் நினைவில் இருக்கிறது...
அன்றிலிருந்து இன்று வரை
ஒன்றாய் நின்று வென்றோம்...
என் கதையை எனைத்தாண்டி
அறிந்தவன் நீயொருவன் மட்டுமே...
எத்தனையோ பேரை கடந்துவிட்டோம்
போலிகளையும் வஞ்சகர்களையும் கூட...
ஊரடங்கு மட்டும் இல்லையெனில்
இன்னும் பலவற்றைக் கொடுத்து
நாட்களுக்கு நினைவுகளை கொடுத்திருப்போம்...
இனியந்தக் கலையரங்கம் நம்மைப்
பிரிந்து கண்ணீர் சிந்தும்...
ஒலிவாங்கிகள் ஒலியின்றி அழும்...
பொறுப்புகளை எங்கு பெற்றோமோ
அங்கேயே ஒப்படைத்து விட்டோம்...
தமிழ்த்துறையின் கடிகார முட்கள்
நம்மைப்பற்றி பேசிக்கொண்டுதான் இருக்கும்...
அங்கு செல்ல நமக்கு
தடையேதும் எப்போதும் இருக்காது...

41. புத்தகங்கள்

அச்சிடப்பட்ட காகி(ஆயு)தங்கள்
எனினுமவை எங்கேடயங்கள்...
எதிர்ப்பது எவராயினும்
வெல்வது வார்த்தைகளே...
கம்பனையும் கார்ல்மார்க்ஸ்-அயும்
பாரதியையும் பிரபாகரனையும்
அறியக் காரணம்
இக்காகிதக் கருவிகளே...
ஓடுங் கடிகாரம்
இவற்றை ஓடவிடாத
அற்பக் காரணம்
யாவருக்கும் பொதுவானதாம்...
ஆனால் சிலரதற்கு
என்றுமே விலக்கு...
கிடைப்பது நாழிகையாயினும்...
வாக்கியம் ஒன்றாவது
(சு)வாசிப்பதெங்கள் பழக்கம்...
தேடலை தொடக்கி
தேடலில் தொலைந்து
தொலைந்த எங்களை
தேடிப் பி(ப)டிக்கும்
பாக்கியங் கொடுத்த
அவையோர் பேரானந்தம்...
இப்புத்தகங்கள் இல்லாமற்
போயிருப்பின் யானுமென்றோ
இல்லாமல் போயிருப்பேன்...

●

... முற்றும் ...